வெண்மேக காதலுக்கு...

வாழ்வின் ஒவ்வொரு அழகான நிகழ்வுகளையும்
கையில் வைத்து ரசிக்க வைக்கிறது
சகோதரர் வ ரூஸ்வெல்ட் அவர்களின் வெண்மேக காதல்
கவிதை தொகுப்பு

" கண்ணோரம்
கண்ணீர் துளி சிந்தாதே
சிந்தும் துளியை
இரத்தத் துளியாக உணர்கிறேன் "

இந்த வரிகளை மட்டும் உங்களிடம் பகிர விரும்புகிறேன்
இந்த கவிதை தொகுப்பின் அழகை இந்த ஒரு கவிதையே
உங்களுக்கு உணர்த்துவிடும்

இன்னும் சகோதரர் நிறைய கவிதை
புத்தகங்களை எழுத மனமார வாழ்த்தி மகிழ்கிறேன்

அன்புடன்

கவிஞன் மொழி
ஏலே பதிப்பகம்

வெண்மேக காதல்

வ ரூஸ்வெல்ட்

ஏலே பதிப்பகம்

வெண்மேக காதல்
ஆசிரியர் ©வ **ரூஸ்வெல்ட்**

முதற்பதிப்பு 2021
பக்கங்கள் 57

ISBN - 978-93-91423-33-9

புத்தகம் வெளியிடு
ஏலே பதிப்பகம்
aelaypublish@gmail.com
phone – 9944992571

Aelay Publish
www.aelaypublish.com

என்னுரை

என்னுடைய இரண்டாவது கவிதை நூல் இதுவாகும் .காதல் என்றாலே கவிதைக்கு பஞ்சமிருக்காது என்பதை அனைத்து காதலர்களும் அறிந்த ஒன்றே .காதலியை காதலன் வர்ணிக்கையிலும். காதலி காதலனை வர்ணிக்கையிலும் வார்த்தைகள் ஒவ்வொன்றும் கவிதையாகவே மலர்கின்றன . மனிதன் பிறந்த காலத்திலே காதலும் இணைந்தே பிறந்து இன்றும் உறவாடுகிறதே..

காதலித்தவளை கரம்பிடித்து பல ஆண்டுகள் வாழ்ந்தாலும் உண்மையான அன்பு ஒருபோதும் குறைவதில்லை என்பதற்கேற்ப ஓர் ஆண் ஒரு பெண்ணை எதார்த்தமாக சந்திக்க அவளிடம் தன் மனதை பறிக்கொடுத்து உறக்கத்தையோ தொலைத்து அவளது நினைவை சுகமாக சுமக்கிறான். விரும்பிய பெண்ணிடம் காதலைச் சொல்லவே தயங்கி நின்றான். காதலை சொன்னால் காதலை நிராகரிப்பாளோ என்னை வெறுப்பாளோ என தயக்க வியர்வையில் நனைகிறான்.

நாட்கள் நகரவே ஒருநாள் மனதை திறந்து காதலை அவளிடம் மெருகேற்ற அன்பால் இரண்டு மனமும் இணைய கல்லூரியில் தொடங்கிய காதலோ முதுமை வரையிலும் அன்பு ஒரு துளியும் குறையாத ஓர் காதல் வாழ்க்கையை கவிதையாக இந்நூலில் வெண்மேக காதலாய் படைத்துள்ளேன்.....

காதல்

உலகில் வாழ்ந்திடும்
சர்வ உயிர்கள்
பிராண வாயுவை
சுவாசிப்பது போலவே
கற்பனைக்குள்
அடங்கிடாத காதலையும்
சுவாசிக்கிறது ..
சுவாத்திடும் காதலால்
பூமியோ ஓய்வில்லாமல்
சுழல்கிறது..

முதல் சந்திப்பு

உன்னை சந்தித்த
முதல் நாளிலே
உன் நினைவினை
என்னுள் கடத்தினாய்....
இத்தனை நாட்கள்
இரும்பு இதயமாய் துடித்த
என் மனதோ
மலராக மாறுவதாய்
உணர்வானேன்....
அனல் காற்றோ
ஆலம் கலந்த தென்றலாகவும்
ஆலங்கட்டி மழையோ
உருகிடும் பனியாகவும்
உணர்ந்தேனடி....

காதலானேன்

அவளைக் காண
காலமோ
தாமதம் செய்திருக்கலாம்
ஆனால் என்னவோ
அவளைக் காதலிக்க
மனமோ
தாமதிக்கவில்லை ..
மனதோடு
காதல் கலந்தது....!!

கனா கண்டேன்

காதல் வந்ததால்
கனாவில் வந்தாய்
துயிலை தூக்கிச் சென்றாய்
எனது சிந்தனையையோ
உனதாக்கி
தனிமையில் மட்டுமல்ல
கனாவிலும்
காதலால்
சிரிப்பூட்டினாய்.....!!

என்னவளின் பாதம்

கடற்கரையோ
அழகெனில்
என்னவள் அடிச்சுவட்டினை
கடற்கரை மணலில்
பதித்திட்ட அந்நேரத்தில்
கடற்கரையோ
பேரழகு....

யதார்த்தமான சந்திப்புகள்

பல யதார்த்தமான
சந்திப்புகளோ நீள..
மனதில் தளிர் விட்ட
காதலை ஆழப்படுத்த
மறுமுறை சந்திப்பு
எப்போது ?? என
ஏங்கியது
மனமோ பலமுறை..!!

குரலோசை

இசைத்திடும்
உனது உதடுகளோடு
செவியை இனித்திடும்
உனது குரலோசையோ
என் தேகத்தை சிலிர்த்து
மயக்கிடும்
என் அன்பியே..!!

அழகு

உனது பெயரை அறிந்ததும்
வெள்ளை காகிதத்தில்
உனது பெயரெழுதினேன்
வெள்ளை காகிதமோ
அழகாய் தெரிந்தது ..
சில நாழிகை கடக்கவே
எனது மேனியில்
உனது பெயரெழுதினேன்
(பச்சைக் குத்தினேன்)
மேனியோ
அழகாய் தெரிந்தது....!!!

விழி உனை தேடியதே

அவளைக் காணாத நாளில்
மனமோ
சஞ்சலமாகியது..
அவளைக் கண்ட நாளில்
மனமோ
மானாக துள்ளியது ..
கண் விழிகள் இரண்டும்
அடம்பிடிக்கிறதே
அவளைக் காணவே....!!!

நினைவலைகள்

காணும் திசையெல்லாம்
அவளின் பிம்பம்
என் முன் நிற்கின்றதே
நினைவலைகளோ
சற்றும் ஓய்வு கொள்ளாமல்
என்னை துரத்தியவாறே
என்னுள் கலந்து
உறவாடுடியதே...!!!

தேவாலயம்

ஆலயமணி ஒலிக்கையில்
தேவாலயத்தில் தோன்றினாய்
ஓர் அழகிய தேவதையாக
அவளின் நிழல் பாதையில்
நானோ நடைபாதையிட்டேன்
காரணம்,
" என் வாழ்க்கையில்
அவள் நிழலுடன்
என் நிழல் இணைந்திட " ...!!

இதயத்தின் துடிப்பு

பெண்ணே
உன் இதயத்தை
ஒருமுறையாவது தொட்டுப்பார்
இதயம் துடிக்கிறதா??
கண்டிப்பாக துடிக்கும்..
இதயமோ உன்னுடையது
துடிக்கும் துடிப்போ
என்னுடையது
துடிப்பை உணர்ந்து கொள்
என் காதலை ஏற்றுக்கொள்....!!!

மறைத்த வண்ணம்

காலமோ
என்னை சோதித்தது
அவளை
மறைத்த வண்ணமோ
வாழ்க்கையில் விளையாடியது
விளையாட்டோ நீடிக்கவில்லை
காலமோ கைவிடவில்லை
கரத்தை பிடித்திட
நேரத்தை காட்டியது....!!!!

நிழலாய்

உனது நிழலாக
உலகில் வலம் வந்திட
ஆசையானேன்....
நிறைவேறினால்
ஆயுள் இறுதிவரை
உனது நிழலோடு
எனது நிழல்
இணைந்தே
பயணித்திடும்...!!!

ஒரு தலையாக

காதலைச் சொல்லிட
உடலளவில்
வலிமையிருந்தும்
மனதளவில் தயங்கினேன்
காதலை
சொல்லாத வரை - அது
ஒருதலைக் காதலாகவே
நீடித்தது...!!

புன்னகை

மொட்டுக்கள்
அல்லாத மலர்
உண்டெனில் - அது
அவளது புன்முறுவலே...
என் பார்வையில்
பிரபஞ்ச அழகின்
உச்சமாய் தெரிந்தாள்
அவள் புன்னகைகையில்...!!!

வெட்கத்தோடு

என்னவளை நினைக்கையில்
உலகத்தை மறந்தேன் ....
ஆழ்ந்த உறக்கத்தில்
என்னையும் மறந்தேன்
எனது உதடுகளோ
சத்தமின்றி
என்னவளின் பெயரை
நித்தமும் வெட்கத்தோடு
உச்சரித்தன...!!

கல்லூரி வாசலில்

தினந்தோறும்
தென்றல் தவழ்ந்திடும்
அந்தி வேளையில்
கல்லூரி வாசலில்
காத்திருந்தேன் அவளுக்காக...
என்னவளோ
தோழிகளின் நடுவே
தேவதையாக காட்சியானாள்...

சிறை பிடித்தாய்

வான் நட்சத்திரத்தை அருகில்
கண்டது போலவே
அழகான
உன் இரு விழிகளால்
காதல் விலங்கிட்டு
எந்தன் இதயத்தையோ
சிறை பிடித்தாயடி...!!
ஏனோ எந்தன் இதயத்தையும்
கவர்ந்திழுத்தாயடி..!!

கோலமிட்டாள்

பனிப்பருவத்தில்
பனிகளோ பார்வையிட
குளிர்ந்த தென்றலோ
உணர்ச்சி வசப்பட
அவளது வீட்டு வாசலில்
அவளது விரல்களோ
நடுக்கம் காட்டிட
புள்ளிகளை வரிசைப்படுத்தி
கோலமிட்டாள்....!!!

காகிதமும் கவிதையும்

அவளது பெயரை
ரசித்து எழுதுகையில்
வெள்ளை காகிதமும்
அழகாய் ஆனதே .....
அவளை கவிதையாக
வர்ணிக்கையில்
என்னோடு சேர்ந்து
காகிதமும்
வெட்கமானதே...!!!

ஓர் ஓரமாய்

நீ
செல்கின்ற பாதையில்
ஓர் ஓரமாய்
உன்னை தொடர்ந்தேனடி..!!
காலம் நகர்வது
துளியளவும்
தெரியவில்லையடி.....!!!

மயங்கிய தாமரை

ஊருணியில்
விரிந்த தாமரையை பறித்திட
பச்சை நிற தாவணியில்
பவனி வந்து
மயக்கத்தைத் தெளித்து
பறித்துச் சென்றாள்
தாமரையை...!!!

தயக்கமானனேன்

மனதோர காதலை
அவளிடம் சொல்ல
என்னுள் தயங்கினேன்..
என் காதல்
கலைந்து விடுமோ ???
என் காதலை
மறுத்து விடுவாயோ ???
என எண்ணங்களோ
வரிசை நின்று
தயக்கம் காட்டின...!!

மோதிரம்

உன்னவனாய்
உன் விரலுக்கு
மோதிரமிட
பலநாள் ஆசையானேன்
எனது ஆசையை
நிறைவேற்றுமா ??
உனது அழகிய விரல்....!!

ஏங்கினேன்

இரு கரங்கள்
ஒன்றாக இணைந்து
காதலர்களாக
உலகில் வலம் வந்திட
என் மனமோ ஏங்கியது
ஏக்கம் தனிவது
அவளின் கரத்திலுள்ளது...
காதலை ஏற்று விடு
ஏக்கத்தை தனித்து விடு...!!

ஏற்றுக் கொள்வாயா??

பெண்ணே
எனது காதலை
ஏற்றுக் கொள்வாயா ??
எனது காதல்
நமது காதல் ஆகாதா??
புன்னகையோடு
என் காதலை
மனதில் ஏற்றுக்கொள்ளடி...!!

உண்மையான காதல்

காதலெனும்
வார்த்தைக்காகவே
காத்திருக்கிறேன்
உண்மையான காதலை
ஏற்றுக்கொள் பெண்ணே
உணர்ச்சியற்ற காதலாக்கிவிடாதே..!!
காத்திருக்கும் வேதனையால்
என் இதயமோ
கனமானதே...!!!

காதல் கடிதங்கள்

மனம் எண்ணியதை
வெண்மையான தாளில்
தீட்டினேன்
காதல் கடிதமாக
அவளிடம் நீட்டினேன்
அவளின் விழிகளோ
அச்சத்தில்
உருளத் தொடங்கியதும்
இதயத்துடிப்போ
இரட்டிப்பானது
வியர்வையோ
பெரும் மழையானது
அவளது கரங்கள்
நடுக்கத்துடனே
காதல் கடிதங்களை
தனதாக்கி சென்றது...!!!

மௌனமாய் கடந்தாள்

துயிலை மறந்தேன்
இரு நாள் கடந்தேன்
அச்சத்தோடு
அவளை சந்தித்தேன்
அவளோ மௌனமாய்
தலை குனிந்து
என்னை கடந்திட்டாள்...!!

மௌன புன்முறுவல்

இதமான இளங்காற்று வீச
மறுநாள் எனைக் கண்டு
மறுப்பு காட்டாமல்
வெட்கம் நிரம்பி
மௌன புன்முறுவலை
என்னுள் தூவி
இதயத்தில் நங்கூரமிட்டாள்
நிரந்தரமான காதலாக
என் காதலையும்
மனதில் ஏற்றுக் கொண்டாள்...!!

மகிழ்ச்சி துளிகள்

காதலை ஏற்றதால்
அகமகிழ்ச்சியோ
ஓய்வின்றி அலைமோத
உச்சத்தின் மகிழ்ச்சியாய்
கண்கள் சிந்திய
கண்ணீர் துளிகளோ
மகிழ்ச்சித் துளிகளாக
கன்னத்தில் கோலமிட்டது...!!

காதலித்தோம்

அன்பை
பரிமாறி காதலிக்கையில்
காலம் ஓர் சுகமே ...
மணித்துளிகள்
என்னவளுடனே கழிய
கதைபேசி காதலித்தோம்
கைபேசியிலும் காதலித்தோம்
காலமும் இனித்தது...!!

அன்பு மழை

விடாத மழையாக
அன்பு மழையை
பொழிந்த வண்ணமாய்
உண்மையான அன்பை
உதயமாக்கி
என்னுள் தந்திட்டாள்
காதலின் பரிசாக...!!!

கனவு நினைவானதே

கனவில்
காதலித்த காட்சிகள்
நிஜத்தில்
தத்ரூபமாக நிகழ்கையில்
என்னவளது கரத்தை
இறுகப் பிடித்து
மனம் மகிழ்ந்தேன்...!!
" கனவு நினைவானதே.. "

பரிமாறிய கடிதங்கள்

எங்களது
எண்ணங்களை
காதல் வரிகளாக
மெருகேற்றிட
எங்களது கரங்களில்
காதல் கடிதங்களாக
பரிமாறியது....
காதல் வாழ்க்கையில்
இது ஓர் இயல்பே....!!

காலம் அழகானது

காலமே .!
நீ என்னவளை
சந்திக்க வைத்தாய்
அன்று
நான் அறிந்தேன்
நீயும் இத்துணை அழகென்று....!!

கடற்கரையோரம்

கடற்கரையோரத்தில்
என் தோளில்
என்னவள் சாய்ந்திட
கடல் மணலில்
ஒன்றாக
பாதங்கள் நடையிட
கடலின் அழகை ரசித்திட
நான் பெற்றது வரமே...!!

சித்திரம்

பல சித்திரங்களை
ரசித்துள்ளேன்
தூரிகையால்
தீட்டியுள்ளேன் ஆனால்
தூரிகையால் தீட்டாத
சித்திரம் ஒன்றை கண்டேனடி
அது நீதான் என்பதை
நீ அறிந்ததுண்டா???...

இரயில் பயணம்

ஜன்னல் ஓரமாய்
மின்னல்கள்
மிளிர்ந்த வண்ணம்
காரிருளோ கலையவில்லை..
இரயிலில்
இசையை ரசித்தவாறு
அவளுடன்
காதல் பயணமானேன்...!!!

மாலைப் பொழுதினில்

மறைந்த வானவில்
மறையப் போகும் ஆதவன்
மயக்கிடும் மாலைப் பொழுதில்
ஆலம் கலந்த தென்றலால்
மரமும் இசைத்திட
அந்த நாழிகையில்
மழையும்
சிறு சிறு துளியாக
என்னவளது கன்னத்தில்
முத்தமிட்டதே.!!

காதல் கல்வெட்டு

பெண்ணே
உனது மீதான காதலில்
நமது அடையாளமாக
கல்லூரி மரத்தில்
உனது பெயரையும்
எனது பெயரையும்
காதல் கல்வெட்டாக
பதித்தேனடி...!!!

சிறு சிறு சண்டைகள்

அன்பை ஆழப்படுத்தும்
சிறு சிறு சண்டைகளால்
காதல் வாழ்க்கையோ
இனிமையிலும்
திகட்டாத ஓர் இனிமையே...
சிறு சிறு சண்டையிட்டு
சமாதானத்திற்கு
வெள்ளைக்கொடி காட்டிடுவாள்
பூத்த புன்னகையால்..!!!!

காதல் நூலகம்

அவள் உரையாடிய
காதல் வார்த்தையை
என் இதயத்தில்
சேமித்ததால் என்னவோ
என் இதயம்
காதல் நூலகமாகவே
மாறிவிட்டது...!!

மழையே

மழைச் சாரலை கண்டு
நீயோ நடனமாட
மயிலோ உனைப் பார்த்து
ஆனந்தமாய் நடனமாட
இதை வர்ணிப்பதற்கு
வார்த்தைகள் ஒவ்வொன்றும்
சண்டையிட்டு
பகையாளி ஆனதே...

தொலைபேசி

தொலைவிலிருந்தாலும்
தொலைபேசியால்
மனதிற்கு ஆறுதலே
தொலைபேசி உரையாடல்
அன்பையும் உறவையும்
பலப்படுத்தும் ஆயுதமே..!!

காதோரம்

அவளின் காதோரம்
காதல் கதைகளை
ஒவ்வொன்றாக
வரிசைப்படுத்த
காதோர ஜிமிக்கி
அசைவு கொண்டு
நடனமாடியதே...

உந்தன் கொலுசு

நீ வருகையில்
உனது கால்கள் இசைக்க
உனது காலில்
கொலுசு கட்டுகிறேன் பெண்ணே !!
ஒருபோதும்
கழற்றி விடாதே
கொலுசு ஓசையில்
எனை மறவேன்...!!

காதலர் தினம்

காலைப்பொழுதன்று
காதலர் தினத்தன்று
மலர்கள் சூடியிருந்த
மலர்த்திரளை என்
பாவை முன்பு நீட்டினேன்
வெட்கம் எனும் புயலால்
எனைச் சுருட்டினாள்...
காதலர் தினமாம்
மகிழ்ச்சி தினம்...!!!

வாடாத மலர்

அவளின் கைகோர்த்து
பார்வையிடும்
திசையெல்லாம்
என்னுள் காதல் மகிழ்வே ..
காலம் முழுவதும்
வாடாத மலராக
காதல் மலர்
மலர்ந்ததே...!!!

முத்தங்கள்

இளமையில்
நீ தந்திட்ட
இதழோர முத்தங்கள்
முதுமை வரை
கிடைத்திடுமா ??
கிடைத்தால்
அது பேரின்பமே...!!

பிறந்தநாள் பரிசு

அவளது பிறந்தநாளன்று
பரிசு ஒன்றை நீட்டி
உன் இதயத்தை
கவர்ந்திடும் பரிசாக
இது இருந்திடுமா ? என கேட்க
அவளோ மறுமொழியாக
என் இதயத்தை கவர்ந்த
கள்வனே!
நீ தான்
எனது பரிசு என்றாள்
மார்பில் சாய்ந்தவாறு...

அவளின் முகம்

தினமும்
என்னவளின் முகம் கண்டே
பழகிக் கொண்ட என் கண்களோ...
கல்லூரி விடுமுறைகளில்
அவளைக் காணாமல்
வறண்டே போயின....
இதுவரை உணராத
வலியையோ அனுபவித்தன...!!!

கடலும் நம் காதலும்

காலமோ
வேகமாய் நகர்கிறது
நம் காதலோ
நங்கூரமாய் நிலைக்கிறது
இவ்வுலகில்
கடலாகிய நம் காதலோ
அலைகள் எனும் அன்பால்
கொஞ்சி உறவாடுகிறதே..!!

திருவிழா

வீதி முழுவதும்
வெடி இடியாக இடிக்க
தேர் பவனியாக
வருகையில்
என்னவளை
வான நிற தாவணியில்
கண்டேன்
பேரழகியாய் நின்றாள்
நானோ
மலைத்துப் போனேன்..!!!

அவளின் பார்வை

கடற்கரை சாலையோரம்
குளிர்ந்த காற்றால்
நான் நடுங்கிட
அவளது பார்வையோ
எனது மேல்
போர்வையாக சூழ்ந்திட
குளிர்ந்த காற்றும்
மேனியை
மிதமாய் கடந்தது...!!!

கோபமாக

நானோ கோபமாக
உனது முன் நிற்கையில்
நீயோ எளிமையாக
புருவங்களை உயர்த்தி
புன் சிரிப்பினை காட்டி
அனல் கோபத்தையோ
பனியாய் உருக்கினாயே...!!!

கவலையும் கலையும்

காற்றில் பறந்திடும்
காகிதமாக
கவலையையும்
பறக்கச் செய்தாள் ..
காதலித்த பின்பு
அறிந்தேன்
கவலையும் கலையுமென்று...!!

கானல் நீரல்ல

மறைந்திடும்
கானல் நீரல்ல
நம் காதல்
நித்தமும்
நிஜத்தின் நிழலோடு
அன்பாய்
பயணிக்கிறோம்...!!

பஞ்சமில்லை

காகிதத்தில்
பேனாக்களின் மையை
தீர்த்த வண்ணமாய்
அவளை வர்ணித்த
என் இதயமோ அறியும்
என் காதலில்
கவிதைகளோ
பஞ்சமில்லையென்று..!!!

கிறிஸ்துமஸ்

கிறிஸ்துமஸ் அன்று
கிழக்கு திசையில்
வண்ண வானவில்லை வளைத்து
புத்தாடை உடுத்தியது போலவே
ஓர் பெண்ணவள்
வீதியில் ரதியாக
வலம் வந்தால்
நெருங்கி வருகையில்
உணர்ந்தேன்
ஓர் பெண்ணவள்
என்னவள் தான் என்று...!!!

கண்ணீர் துளி சிந்தாதே

கண்ணோரம்
கண்ணீர் துளி சிந்தாதே
சிந்தும் துளியை
இரத்தத் துளியாக உணர்கிறேன்
கண்ணீர் துளி சிந்துவதை
சற்று நிறுத்திக் கொள் பெண்ணே
இல்லையேல்
என் இதயத்தில்
சிந்துவதற்கோ
இரத்தமிருக்காது...!!!

சேமித்தேன்

தேன்கூட்டில்
தேனை சேமிக்கும்
தேனீக்கள் போலவே
என்னவளோடு
கொஞ்சிய வார்த்தையை
என் இதயக் கூட்டில்
சேமித்துள்ளேன்...!!!

மலர்களே

அதிகாலைப் பொழுதில்
ஆதவன் உதிக்கையில்
என்னவள் கண் விழித்திட
அதை கண்டு ரசித்திட
மலர்களும் போட்டியிடும்...
வாடாத அவளின்
புன்னகை கண்டு
பூக்காத மலரும்
பூத்து குலுங்கிடும்...!!

பிரியாத வரம்

நமக்குள்
சற்று இடைவெளியானால்
எனதுள் வலியாவேன்
பிறவிகள் பல எடுத்தாலும்
நேசித்திடும் இதயமாக
இணைந்திருக்கும் கரமாக
உன்னை பிரியாத வரம்
நீடித்திருக்க வேண்டுகிறேன்
காதலியே..!!

உயிரிலும் கலந்தாய்

இமைகள் மூடினாலும்
என் விழியினுள் தெரிகிறாய் ...
என் உயிராக
உனை நினைத்தால் ஏனோ
என் உயிரிலும்
கலந்திட்டாய்
நீ...!!!

தூரமும் சுகமே

அவளோடு
உரையாடி நடக்கையில்
கால்களோ
ஓய்வில்லாமல்
தொலை தூரம் நடை போட்டதே...!!
தூரமும்
சுகமாய் ஆனதே...!!!

நிலாவாக

அவளோ
நிலா போன்றவள்...
மேகத்தின் பின்னால்
ஒளியும் நிலாவாக
என்னை கண்டதும்
வெட்கம் நிரம்பி
ஒளிகின்றாள்..!!

விழியால் பேசினோம்

விழியால்
விடுகதையிட்டு
விளையாடினோம்
காதல் மொழிகளை
விழியினுள் வைத்தோம்...
வெளிக்காட்ட முடியாத
உணர்வுகளையோ
விழிகளால்
உணர்த்தினோம்...!!!

சற்றும் தள்ளி போகாதே

சிறு சிறு
சண்டைகள் வந்தால்
எனைக் கண்டு
சற்றும் தள்ளி செல்லாதே
நானோ தடுமாறி போவேன்
உன் மௌனத்தால்
என்னை தண்டித்து விடு
ஏற்றுக்கொள்கிறேன்
அதற்காக
எனைக் கண்டு
சற்றும் தள்ளிப் போகாதே...!!!

ஆறு ஆண்டுகள்

அழியாத
வண்ணக் கோலமாய்
பொன்னான மணித்துளிகளை
மனதில் தூவினாயே..
உன் மீதான காதலில்
ஆறு ஆண்டுகள்
தேனின் சுவையாகவே
சுவைத்தன...!!!

நிச்சயதார்த்தம்

தட்டுக்களை நிரப்பிய பழங்கள்
பசுமை போர்த்திய பட்டுச்சேலை
மணம் வீசிடும் பன்னீர்
சொந்தங்களோ சூழ்ந்திட
பால் நிலாவான
அவளின் முகமோ
வெட்கத்தில் சிவந்திட
நிச்சயமானதே....!!

திருமணம்

தேவாலயத்தில்
மணப்பெண்ணாக நீயும்
மணமகனாக நானும்
அலங்கரித்து நிற்க
சுற்றங்கள் சூழ்ந்திட
விரல்களில் மோதிரமிட
ஆலயமணி ஒலித்திட
தாலியோ திருமணத்தின்
அடையாளமானதே...!!!

மறுவீட்டு அழைப்புகள்

மறுநாள்
சொந்தங்களின் அழைப்புகளோ
அலையலையாய்
செல்போனை தொட்டன
அறிமுகமற்ற உறவுகளோ
அருகினில் சொந்தமாய் நிற்க
பலவகை உணவுகளோ
விருந்தாய் அமர்க்களமானது..!!!

மனைவியாக

ஆலய வேண்டுதல்
நிறைவேறியதாய்
கல்லூரி காதலியவள்
என் வீட்டில் வீட்டுக்காரியாய்
வீற்றிருக்க
என் மனதிலோ
மகிழ்ச்சி நதி
வெள்ளமாய் ஓடிட
காதலோ மென்மேலும்
பசுமையானதே..!!!

வெற்றியானதே

காதலோ
வெற்றிக்கனியாய் தித்திக்கையில்
தூரம் என்ற வார்த்தையோ
வாழ்க்கையை விட்டு தூரமானதே
இந்நாள் முதல்
காதல் மனைவியாக
என்னவளுடலான காதலோ
தொடர்ந்திடும்..!!

மாஞ்சோலை

மாஞ்சோலை பயணத்தில்
மயக்கிடும் மலை மேகங்களும்
மரங்களின் தருகுகள்
தென்றலோடு கலந்திட
பல கவிதைகள் மனதில் உதித்திட
சோலையின் அழகோ
பிரமிப்பே...!!

திரையரங்கு

திரைக்காட்சி காண
ஆசையானாய்
மாலை காட்சிக்கான
இரு பயணச் சீட்டு
உன்னிடம் நீட்டினேன்
மறுநொடியே
மகிழ்ச்சிக் காட்டினாய்
மாலை நேரமானது
திரையரங்கு இருக்கையோ
சிரிப்பாய் கழிந்தது...!!

ஆச்சரிய செய்தி

குழந்தை சுமக்கிறேன்
சுகமாக உணர்கிறேன் என
ஆச்சரிய செய்தி தந்து
ஆனந்தமாக்கினாள்
அத்தருணத்தில்
எனது யுகத்தின்
மொத்த மகிழ்ச்சியும்
ஒன்றாய் கூடி எனை அணைத்தது..!!!

வளையல் சத்தம்

ஏழாவது மாதமானது
வளைகாப்பு வளையலோ
கைகளில் நிறையவே
சந்தனம் மேனியை
குளிர்ச்சியாக்கியது....
எனது மனைவியோ
புன்னகையால்
மலர்ந்திருந்தாள்..!!!

வலியானேன்

குழந்தை
உலகத்தைக் காண
நெருங்குகையில்
என் மனைவியோ
வலியால் துடி துடித்தாள்
என் இதயமோ
கன வலியானது
கண்ணீர் கன்னத்தில்
தவிழ்ந்திட
கையை இறுக பிடித்தாள்
விடாதபடி..!!

எனது குழந்தை

குழந்தையின்
அழுகைக் குரல்
செவிக்கு எட்டவே
அறையின்
கதவை திறக்கவே
மனைவியின் அருகில்
பலநாள் கண்ட கனவு
அன்று நிஜமானதைக் கண்டு
மகிழ்ச்சியில்
கண்ணீர் துளிகளோ
என்னை நனைத்தன...!!!

மகிழ்ச்சியின் உச்சம்

எனது கரங்கள்
முதன் முதலாக
என் குழந்தையை
முத்தமிட்டு
தூக்கிக் கொள்கையில்
வாழ்நாளில்
கண்டிராத மகிழ்ச்சியோ
என்னை சூழ்ந்திட்டது!!

மழலைப் பேச்சு

எந்நேரமும்
மழலைப் பேச்சு
மழையாக மனதை
நனைத்ததால்
என்னவோ
கடிகார முள்
சுழல்வதையும்
நாங்கள் அறியவில்லை..!!

குதுகலமாய்

ஞாயிற்றுக் கிழமையானால்
மணலும் இசைத்துப் பாடும்
மணப்பாட்டிற்கு சென்று
குழந்தையோடு விளையாடி
குதூகலம் கழித்து
அந்தி வேளையில்
மன நிறைவாய்
வீடு திரும்பிய காலம்
வசந்தமே..!!

திருமண பரிசு

எனது நினைவிலிருந்து
அழிக்க முடியாத நாள்
நாம் இணைந்த திருமண நாளே..
வருடந்தோறும்
திருமணநாள் வருகையில்
ஆச்சரியப்படுத்தும்
பரிசை பரிசளிப்பேன்
என் காதல் துணைவிக்கு
அது அவளுக்கு
மிகவும் பிடித்ததே..!!

வகுப்பறை

ஆறு வயது வந்ததும்
வகுப்பறை நோக்கி விரல் நீட்டினேன்
கண்கள் கலங்கி அழுதான்
இரு நாட்களில் அழுகையை மறந்தான் ...
நாட்கள் செல்ல செல்ல
ஆர்வமாய் சென்றானே
வகுப்பறைக்கு ...
விடுமுறை நாட்களை காட்டிலும்
வகுப்பறை நாட்களுக்கு ஆர்வமானான்..!!

இனித்தது

இல்லற வாழ்க்கை
இனித்த வண்ணமே
நீடித்தது ....
காதலித்தவள்
மனைவியானாலும்
காலம் நகர்ந்தாலும்
மனைவி மீதான அன்போ
கொஞ்சமும்
குறைவில்லையே..!!

நாட்கள் நகர்ந்தன

பிடித்தவளுடன்
வாழ்க்கையை கழிக்கையில்
நாட்களின் வேகமாக
சற்று வேகமாகவே
நகர்ந்தன....
நகரும் நாட்களால்
மேனியோ சுருங்கின..!!

35 ஆண்டுகள்

அவளுடன் வாழ்ந்த
முப்பத்தைந்து ஆண்டு
மணித்துளிகள்
அன்பு துளிகளாக
என்னை வருடின ..
காதலித்த இதயமோ
ஓர் நொடி கூட
காயம் கண்டதில்லையே..!!

முதுமை காதல்

முடிகளோ நரைத்தது
மேனிகளோ சுருங்கியது
கரங்களோ நடுங்கியது
இளமையோ முதுமையானது
என் மனைவியின்
புன்முறுவல் மட்டும்
முதுமை கொள்ளாமல்
தினந்தோறும்
இளமையாக பூக்கிறதே..!!

துணையாக

முதுமை எனை தளர்த்தியது
என் மனைவியின் துணையோ
காதலால் தாலாட்டியது ...
அவளுக்கு நான் துணையாக
எனக்கு அவள் துணையாக
இளமையில் கைகோர்த்தது
முதுமை வரை தொடர்ந்ததே!!!

குறையாதது

தாகத்தால்
ஒரு முறை விக்கல்
வருகையில்
மறுமுறை விக்கல்
வருவதற்கு முன்பாகவே
தண்ணீர் நிரம்பிய
கிண்ணத்தையோ
என் முகத்தின் முன்பு
வேகமாக நீட்டிடுவாயடி
இன்றுவரை
அந்த வேகத்தில் அன்போ
சற்றும் மாறவில்லையடி...!!

மணித்துளிகள்

கடிகார முள்ளின் நகர்வு
எனக்கு பிடிக்கவில்லை
என் வீட்டுக்காரியைக் காதலிக்க
நேரமோ போதவில்லை
கடிகார முள் மெதுவாக
நகர்ந்திருந்தால்
இன்னும் அதிகமாகவே
காதலித்திருப்பேன்
என் வீட்டுக்காரியை...!!!

பல்லாங்குழி

மதிய பொழுதில்
பகலவனுக்குப் பயந்து
மா மரத்தடி நிழலில்
தஞ்சமானேன்
பாச மனைவியுடன்
பல்லாங்குழி விளையாடிட...!!!

விண்மீன்கள்

இளமை கால காதலில்
உந்தன் தோள் மீது
தலை சாய்த்து
வான் நட்சத்திரத்தை
எண்ணியபடியே ரசித்தேனடி ...
அதே காதலுடன்
இன்று முதுமையிலும்
உந்தன் தோள் மீது தலை சாய்த்து
நட்சத்திரத்தை எண்ணியபடியே
ரசிக்கிறேனடி...!!!

முதுமை முத்தங்கள்

ஆழமான அன்பை
முதுமை முத்தங்களோ
வெளிப்படுத்தின
இளமை நினைவுகளை
வெத்தலை உதட்டின்
முதுமை முத்தங்களோ
இனிப்பாய்
நினைவுபடுத்தின...!!!

முதுமையிலும் மகிழ்ச்சி

நகைச்சுவை சிரிப்புகளுக்கு
பஞ்சமில்லை
குறும்புச் சேட்டைகளுக்கு
குறைவில்லை
நம் வாழ்ந்த வாழ்க்கையில்
பணமோ பெரியதாய் இல்லை
ஆனால்
மகிழ்ச்சியோ
பெரியதாய் இருந்தது...!!!

பொக்கிஷம்

என்னவளுக்காக
இளமையில்
காகிதத்தில் தீட்டப்பட்ட
காதல் கடிதங்களை
முதுமையில்
திறந்து பார்க்கையில்
அதுவே
நினைவின் பொக்கிஷம்...!!

நிறைவான வாழ்க்கை

இல்லற வாழ்க்கையில்
ஒருவருக்கொருவர்
முத்தம் கொடுத்தல்
மட்டுமல்ல
விட்டுக்கொடுத்தல்
இருக்கையில் அதுவே
நிறைவான வாழ்க்கை...!!!

இறுதி காலம்

குருதி ஓட்டம் உள்ளவரை
இறுதி காலத்தில்
உன்னோடு இருந்து
தள்ளாடும் வயதிலும்
உன் மடியினில்
துயில் கொண்டு
காதலிப்பேனடி..!!!

www.ingramcontent.com/pod-product-compliance
Lightning Source LLC
LaVergne TN
LVHW040336171026
850499LV00046B/2109
9789391423339